രാജൻ സി. എച്ച്.

കണ്ണൂർ ജില്ലയിൽ ഒളവിലത്ത് ജനിച്ചു. അച്ഛൻ പരേതനായ കൃഷ്ണൻ. അമ്മ ചാലിൽ രാധ. വിപരീതം, കാഴ്ചക്കെട്ട്, മറന്നുവെച്ചവ എന്നീ കവിതാസമാഹാരങ്ങളും കള്ളനമ്മാവൻ എന്ന ബാലസാഹിത്യകൃതിയും പ്രസിദ്ധീകരിച്ചിട്ടുണ്ട്. സ്റ്റേറ്റ് ബാങ്ക് ഓഫ് ഇന്ത്യയിൽ ജോലി.

ഭാര്യ : റീന, മക്കൾ : അപർണ, അഭിജിത്ത്.

വിലാസം : 'വരദ', നരവൂർ, കൂത്തുപറമ്പ്.

മൊബൈൽ : 9496421481

Malayalam Language
Unda Panhoru Nenju
(Poems)
by
Rajan C. H.
♦
Published in December 2022
by Kairali Books Private Limited
Thalikkavu Road, Kannur.
Ph : 0497-2761200
E-Mail : Kairalibooksknr@gmail.com
♦
Cover Design
Prasanth Mangad

Price ₹ :160.00
93/22-23/Sl.No.1401/100/NS 18.6
ISBN 978-93-93397-27-0

ഉണ്ട പാഞ്ഞൊരു നെഞ്ച്

രാജൻ സി.എച്ച്

കൈരളി ബുക്സ്

കവിതകൾ

ഗാന്ധിയെന്താക്കി?

ഗാന്ധിയെന്താക്കി?
കുട്ടിക്കാലത്തു കേട്ട
ഒരു കളിയാക്കൽ ചോദ്യമായിരുന്നു.
അതിന്റെ അശ്ലീലധ്വനിയുള്ള
ഉത്തരം ഞാനോർക്കുകയില്ല.
ഗാന്ധിജിയെന്ന
ചരിത്രപുരുഷൻ
എന്നിലും രൂഢമൂലമായതിനാൽ.

ഗാന്ധിജിയെന്നാൽ
അർദ്ധനഗ്നനായ ആ ഫക്കീറല്ലേ?
ഇന്ത്യക്കാരനായ അവസാനമനുഷ്യനും
നേരാംവണ്ണം വസ്ത്രധാരണം നടത്താനാവുംവരെ
അർദ്ധനഗ്നനായിരിക്കുമെന്ന് ശഠിച്ച
ആ മഹാത്മാവല്ലേ?
ചരിത്രത്തിലിനിയുമുണ്ടാവാനിടയില്ലാത്ത
ഐതിഹാസിക സമരവിജയ നായകൻ?
കാൽനടയായി താണ്ടിയ
ഗ്രാമഗ്രാമാന്തരങ്ങളുടെ
ശക്തിദൗർബല്യങ്ങളിൽ ആരുറച്ചവൻ?
അയിത്തത്തെ അയിത്തമാക്കിയവൻ?
ചെറിയ ചെറിയ സ്വപ്നങ്ങളിൽ
ജീവിതത്തിന്റെ വലിപ്പം കാട്ടിയവൻ?
നിസ്സഹായതയെ നിരുപമശക്തിയാക്കിയവൻ?
ഭീരുവിന്റെ ആയുധമാണ് ഹിംസയെന്നറിയിച്ചവൻ?
രക്തരൂക്ഷിതമായ വർത്തമാനസമസ്യകൾക്ക്

കാലം കാത്തുവെച്ച ഓർമ്മകളുടെ
ചോരയോട്ടമുള്ളതിനാൽ
അറിയും ഞാൻ
ഗാന്ധിയെന്താക്കിയെന്ന്.
♦

സീബ്രാലൈനിൽ ഗാന്ധി

സീബ്രാലൈനിൽ നിൽക്കുകയായിരുന്നു
ആ വൃദ്ധൻ.
ഒരൊറ്റ മുണ്ടുമാത്രമായിരുന്നു വേഷം.
കൈയ്യിലൊരു നീളൻ കമ്പുണ്ട്.
കുത്തിപ്പിടിച്ചിരിക്കുന്നു.
അന്ധനായിരിക്കണം.

അയാൾക്ക് നിരത്തു മുറിച്ചുകടക്കണം.
വാഹനങ്ങൾ തലങ്ങും വിലങ്ങും
കണ്ണില്ലാതെ പരക്കംപായുന്നുണ്ട്.
വടി നിലത്തുരച്ച് ശങ്കിച്ചു
ഒന്നോ രണ്ടോ അടി മുന്നോട്ടുവയ്ക്കും.
അത്രയും അപ്പോൾത്തന്നെ പിന്നോട്ടും.

നിരത്തിനപ്പുറത്തുനിന്നും
അഞ്ചോ ആറോ വയസ്സുള്ള ഒരു ബാലൻ
അമ്മയുടെ വിരൽത്തുമ്പിൽ
ഇതൊക്കെ കണ്ടുകൊണ്ട്
സീബ്രാലൈനിൽ ഇപ്പുറത്തേക്ക് വരുന്നുണ്ട്.

വൃദ്ധനടുത്തെത്തിയതും
അമ്മയുടെ കൈവിട്ട് അവൻ
അയാളുടെ വടിയുടെ മറ്റേയറ്റം കൈക്കലാക്കി
തന്റെ തോളിൽ വെച്ചുകൊണ്ട്
സീബ്രാലൈനിൽ നടക്കാൻ തുടങ്ങി.
പിന്നാലെ വൃദ്ധനും.

അപ്പോഴാണ് നമ്മുടെയൊക്കെയും

മൊബൈൽ ക്ലിക്കുകൾ സജീവമായത്.
വാട്സാപ്പിലും ഫേസ്ബുക്കിലും
ടിറ്ററിലുമൊക്കെ വൈറലായി
സീബ്രാലൈനിൽ ഗാന്ധി.
♦

ഗാന്ധിപ്രതിമ

പൂഴിയിൽപ്പണിയാം ഗാന്ധിയെ.
മണ്ണിലുയർത്താം ഗാന്ധിയെ.
മരത്തിലും ശിലയിലും ലോഹത്തിലും
കൊത്തിയെടുക്കാം ഗാന്ധിയെ.
വരച്ചെടുക്കാം കരിയിലും
മഷിയിലും ചായത്തിലും.
മനസ്സിലും മൊഴിയിലും.
ഇരുട്ടിൽ വെളിച്ചംകൊണ്ടും
വെളിച്ചത്തിലിരുട്ടു കൊണ്ടും.
നിഴലുകൊണ്ടും നിറവുകൊണ്ടും.

എന്നാൽ
കർമ്മം കൊണ്ട്
എങ്ങനെ പണിതുയർത്താം
ഗാന്ധിയെ,
ഓരോ പ്രവൃത്തിയും
ജലത്തിൽ വരയുംപോലാകുമ്പോൾ
ഈ ദൂഷിതകാലത്തിൽ?
♦

കർഷകൻ

ഗാന്ധിജിയെന്നെങ്കിലും
നിലമുഴുത് മണ്ണൊരുക്കി
വിത്തുവിതച്ചിരുന്നോ?

അറിയില്ല.

എങ്കിലും ചമ്പാരനിലെ
കർഷകനൊപ്പം നിന്ന
ഗാന്ധിജിയെ അറിയാം.
ഒറ്റമുണ്ടുടുത്ത്
അർദ്ധനഗ്നരായി
നിലമൊരുക്കുകയും
വിത്തു വിതയ്ക്കുകയും
കൊയ്യുകയും ചെയ്യുന്ന
കർഷകരെയുമറിയാം.

കടക്കുരുക്കിൽ
എല്ലാം വെടിഞ്ഞു
വെടിയേറ്റുവീഴുമ്പോൾ
ഓരോ കർഷകനും
ഓരോ ഗാന്ധിയാകുന്നു.

ഓരോ വിനാഴികയും
അകത്തും പുറത്തുമായി
നാം വെടിയുതിർത്തുകൊണ്ടേയിരിക്കുന്നു.
നെഞ്ചു തുളഞ്ഞു
വീണുകൊണ്ടേയിരിക്കുന്നു ഗാന്ധി.
♦

സനാതനം

അഹിംസയായിരുന്നില്ലേ
ഗാന്ധിയുടെ ഹിംസ?
സഹനമായിരുന്നില്ലേ
ഗാന്ധിയുടെ സമരം?
ഒറ്റമുണ്ടായിരുന്നില്ലേ
ഗാന്ധിയുടെ അലങ്കാരം?
രാമനായിരുന്നില്ലേ
ഗാന്ധിയുടെ റഹീം?
നടപ്പായിരുന്നില്ലേ
ഗാന്ധിയുടെ വാഹനം?
നിരാഹാരമായിരുന്നില്ലേ
ഗാന്ധിയുടെ യുദ്ധം?
ധർമ്മംതന്നെയായിരുന്നില്ലേ
ഗാന്ധിയുടെ കർമ്മം?
ഗീത തന്നെയായിരുന്നില്ലേ
ഗാന്ധിയുടെ വ്യഖ്യാനം?
ചർക്ക തന്നെയായിരുന്നില്ലേ
ഗാന്ധിയുടെ ഈരിഴ?
സനാതനമായിരുന്നില്ലേ
ഗാന്ധിയുടെ ഹിന്ദു?
എന്നിട്ടുമൊരു
സനാതനൻ തന്നെയായില്ലേ
ഗാന്ധിഘാതകൻ?

♦

കണ്ണട

കാഴ്ച മാറിയതിനാൽ
കണ്ണ് പരിശോധിച്ചു.
പഴയ കണ്ണട മാറ്റണം.

കാഴ്ച പരിഹരിക്കാം.
ചില്ലിൽ.

എന്നാൽ
കണ്ണടക്കടയിൽ
പല കണ്ണടക്കൂടുകൾക്കിടയിൽ
തിരഞ്ഞെടുപ്പാണ്.

വട്ടത്തിലുള്ളത്
വെച്ചുനോക്കുന്നു.
ഗാന്ധിക്കണ്ണടയാണ്.
താങ്കൾക്കിത് ചേരില്ലെന്ന്
വിൽപ്പനക്കാരൻ.

ചതുരത്തിലുള്ളത്
വെച്ചുനോക്കുന്നു.
മോഡൽക്കണ്ണടയാണ്.
മോഡിക്കും ചേരും.
ഇതാണ് കാലികം.
താങ്കൾക്കിതേ ചേരൂ
എന്നയാൾ.

ഏത് തിരഞ്ഞെടുക്കും?
വട്ടത്തിലാവുന്നതോ?
ചതുരത്തിലാവുന്നതോ?
♦

വേഷം

സ്കൂളിൽ പ്രച്ഛന്നവേഷമത്സരമുണ്ട്,
മകൻ പറഞ്ഞു:
പേര് കൊടുത്തിട്ടുണ്ടച്ഛാ,
വേഷമെന്തെടുക്കണം?

മീൻകാരനാവാം.
അതോ, യാചകനോ?
എന്താവണമെന്ന് ഞാൻ.

വേണ്ട,വേണ്ട.
വൃത്തിയുണ്ടാവില്ല വേഷം.

കുഷ്ഠരോഗിയോ?

ഏയ്,ശരീരം മുഴുവൻ
വ്രണം വെച്ചുപിടിപ്പിക്കണം.

കർഷകനായാലോ?

അതെന്തു വേഷം?
അവനസഹിഷ്ണുവായിത്തുടങ്ങി.

പിന്നെയെന്ത്?
പിന്നെയാര്?
എന്ന് തലപുകഞ്ഞു ഞങ്ങൾ.

മഹാത്മാ ഗാന്ധി?

അയ്യോ, ഷർട്ടിടാൻ പറ്റില്ലല്ലോ?

രാഷ്ട്രപിതാവാണ്,
ഞാനവനെ നിർബന്ധിച്ചു.

എങ്കിൽ ഷർട്ടിട്ട ഗാന്ധിയാവാം.
ഒരൊത്തുതീർപ്പെന്നപോലെ
അവൻ പറഞ്ഞു.

ഷർട്ടിട്ട ഗാന്ധിയോ?
ഷർട്ടിട്ടാലെങ്ങനെ ഗാന്ധിയാവാൻ?
എങ്ങനെയൊന്നു പറഞ്ഞു
ബോധ്യപ്പെടുത്തും?

ഈ കുട്ടികൾ
എന്ന് അർദ്ധോക്തിയിൽ
എനിക്കുത്തരം മുട്ടി.
♦

അഹിംസ, ഒരായുധം

അഹിംസ ഒരായുധമാണെന്ന്
പറഞ്ഞുതന്ന മാഷാണ്
എന്റെ കൈവെള്ള
ഇങ്ങനെ ചുവപ്പിച്ചത്.

അതുകൊണ്ടുതന്നെയാണ്
രാമനെന്റെ പുറത്തടിച്ചപ്പോൾ
നെഞ്ചുകാട്ടിക്കൊണ്ട്
അടിക്കെടായെന്ന്
അവനുനേർക്കോടിയത്.
ഒരു കവിളത്തേറ്റ അടിക്കു
മറുകവിളും കാട്ടിക്കൊടുക്കേണ്ടതല്ലയോ?

അഹിംസ തന്നെയാണ് മാഷെ
എന്റെയും ആയുധം.
അല്ലെങ്കിൽ മാഷ് ഇങ്ങനെ
എന്റെ മുന്നിൽ നിവർന്ന്
നിൽക്കുമായിരുന്നോ?

കടിക്കാൻ പിന്നാലെ
കൂട്ടംചേർന്നോടിവന്ന
നായ്ക്കളോടും
കുത്താനോടിവന്ന
പോത്തിനോടും
ബോംബെറിയാൻ
തക്കംപാർത്തു വന്ന
രാഷ്ട്രീയശത്രുക്കളോടും

ഞാൻ പറഞ്ഞു:
അഹിംസയാണെന്റെ ധർമ്മം.
കർമ്മം.രാഷ്ട്രീയം.
അവർക്കതൊന്നും
മനസ്സിലായിട്ടുണ്ടാവില്ല.
അവരും അവരുടെ
ധർമ്മമനുഷ്ഠിക്കയാവണം.

പാതവക്കത്ത് ഇങ്ങനെ ചോരയിൽ
പ്രാണൻ മാത്രമായി കിടക്കുമ്പോൾ
മാഷെ,വേണ്ടിയിരുന്നില്ല
നിങ്ങളുടെ വേവലാതി:
കഷ്ടം! അഹിംസ കൈവെടിഞ്ഞാൽ
ഇതാണാവസ്ഥ.
♦

വെളിവുടയ്ക്കുമ്പോൾ

ഗാന്ധിപ്രതിമ
തകർത്തതിനുശേഷം
അനുയായി നേതാവിനോട്
ചോദിച്ചു:
പ്രതിമയാണോ ഗാന്ധി?

തന്നോടത് തകർക്കാനേ
പറഞ്ഞുള്ളൂവെന്ന്
രോഷം കൊണ്ടു നേതാവ്.
അതിനപ്പുറം
അതിനൊരർത്ഥവുമില്ല.

തകർക്കപ്പെട്ട്
മണ്ണിൽക്കിടന്ന തല
അവർക്കുനേരെ
നിഷ്കളങ്കമായ ചിരി
ചിരിച്ചുകൊണ്ടിരുന്നു.

നേതാവിന്റെ മുഖത്തു
അപ്പോൾ ചിരിയേ
ഉണ്ടായിരുന്നില്ല.
ഇരുട്ടായിരുന്നു.

അനുയായിക്കപ്പോൾ
ആശങ്കയായി.
തകർക്കപ്പെടുന്ന
വെളിവാകുമോ
ഗാന്ധി?
♦

ക്വിറ്റിന്ത്യാ

മുത്തശ്ശൻ
പള്ളിക്കൂടപ്പടി കയറിയിരുന്നോ
എന്നറിയില്ല.
എന്നിട്ടും ചക്കയിൽ നൂറ്റു.
ഉപ്പ് കുറുക്കി.
കള്ളുഷാപ്പ് പിക്കറ്റ് ചെയ്തു.
കൊടി പിടിച്ചു. തടവിലായി.
കുരച്ചുതുപ്പി ചോരയും കഫവും.
വടി കുത്തി നടക്കാനാവാതെ
വീണെല്ലുപൊട്ടി കിടപ്പിലായി.
ഊർധ്വൻ വലിക്കുമ്പോഴും
ക്വിറ്റിന്ത്യായെന്നായി.

അച്ഛൻ മാഷായി.
ഖദർധാരിയായി.
ചമ്പാരൻ നവഖലി
മതമൈത്രി സ്വാശ്രയം
ഉപവാസം ഇതിഹാസം
എന്നൊക്കെ പഠിപ്പിച്ചു
ഗാന്ധിയനായി.
ആർക്കും വേണ്ടാത്തവനായി.
പരിഹാസ്യനായി.
ക്വിറ്റിന്ത്യയെന്നാരോ
പുറംകാലിന്നടിച്ചു വീഴ്ത്തി.
കിടപ്പിലായി.

ഞാനാരാണെന്നിപ്പോൾ
ഉത്തരമില്ലാതായിരിക്കുന്നു.

ഗാന്ധിയനാണോ?
മാർക്സിയനാണോ?
ഹൈന്ദവനാണോ?
മുസൽമാനാണോ?
ക്രൈസ്തവനാണോ?
ദേശിയാണോ?

ഉത്തരമില്ലാതാവുമ്പോൾ
ആരാണ് ഉള്ളിലിരുന്ന്
ഭർത്സിക്കുന്നത്?
കിറ്റിന്ത്യാ കിറ്റിന്ത്യാ!
♦

ഭ്രാതൃഹന്താക്കൾക്കിടയിൽ

പിന്നീടൊരിക്കലും
തിരിച്ചെത്തിയിട്ടില്ലാത്ത
സബർമതി ആശ്രമത്തിലേക്ക്
ചെന്നെത്തിയതായിരുന്നു ഗാന്ധിജി.

മനുഷ്യൻ മനുഷ്യനെ വെട്ടിമാറ്റുന്ന
ശിശുക്കൾ ശൂലമുനകളിൽ
തീക്കുണ്ഡങ്ങളിലേക്കെടുത്തെറിയപ്പെടുന്ന
കലുഷകാലത്തായിരുന്നു.

ഗാന്ധിജിയുടെ വരവറിഞ്ഞു
തടിച്ചുകൂടിയ ആൾക്കൂട്ടത്തോട്
സൗമ്യനായി ചോദിച്ചു ഗാന്ധിജി:
നിങ്ങൾ ഹിന്ദുവാണോ?
കുറേപ്പേർ ജയ് ശ്രീരാമെന്നാർത്തു.
നിങ്ങൾ മുസൽമാനാണോ?
ചില ഭാഗങ്ങളിൽ നിന്ന്
തക്ബീർ ധ്വനി മുഴങ്ങി.
നിങ്ങൾ ക്രിസ്ത്യനാണോ?
നിങ്ങൾ ജൈനനാണോ?
ബൗദ്ധനാണോ, പാർസിയാണോ?
ഗാന്ധിജി ചോദിച്ചുകൊണ്ടേയിരുന്നു.
പലരും അതേയെന്ന് പലരീതിയിൽ
പ്രതികരിച്ചുകൊണ്ടേയിരുന്നു.

കുറച്ചുനേരം നിശ്ശബ്ദനായി
ആൾക്കൂട്ടത്തിലിരുന്ന ശേഷം

മഹാത്മജി എഴുന്നേറ്റു.
നിങ്ങൾ മനുഷ്യരാണോ?
ആരും പ്രതികരിച്ചില്ല.

മനുഷ്യരാരെങ്കിലുമുണ്ടെങ്കിൽ
വരൂ എന്നോടൊപ്പമെന്ന്
പിറുപിറുത്തുകൊണ്ട്
ഗാന്ധിജി നടക്കാൻ തുടങ്ങി.

ആശ്രമം കഴിഞ്ഞു
സബർമതീതീരത്തെത്തിയ
മഹാത്മജിയോട്
വഴിതെറ്റിയെത്തിയ
ഒരു തിത്തിരിപ്പുള്ള് ചോദിച്ചു,
എങ്ങോട്ടാണിനി?

ഗാന്ധിജി തലയുയർത്തിയതേയില്ല.
ഭ്രാതൃഹന്താക്കൾക്കിടയിൽ
മനുഷ്യനെന്ത് സ്ഥാനം?
♦

ഇടർച്ച

കുറിച്ച ലഹരിയിറങ്ങാൻ
നഗരചത്വരത്തിലെ
ഗാന്ധിപ്രതിമയുടെ
കാൽക്കൽവീണ
ഉടുപുടവയുരിഞ്ഞ
ചെറുപ്പക്കാരൻ
ഗാന്ധിപ്രതിമയോട്
പറഞ്ഞു,
താനാണെല്ലാറ്റിനും
ഹേതു.
ബീവറേജസ്സിൽനിന്ന്
വാങ്ങും മദ്യക്കുപ്പിക്കിനിയില്ല
കൊടുക്കാനൊരു ഗാന്ധിയും.

ഗാന്ധി കൈവിട്ട
കീശയുമായി
അങ്ങനെ അയാൾ
സഹനസമരം തുടർന്നു.

സിമന്റിലുറച്ചതിനാൽ
ഗാന്ധിക്കൊട്ടും
കാലിടറിയുമില്ല.
♦

വിനിമയം

ഗാന്ധിയിന്നോ
വിനിമയത്തിൻ
സൂചി?
മൂല്യമേറും
കുറയും
കമ്പോളത്തിൻ
താപമാപിനി?
♦

ആ തോക്ക്

ഗാന്ധിജിയെക്കൊന്ന
തോക്ക്
എവിടെയെന്നറിയാമോ?
മാഷ് ചോദിച്ചു:

നിശ്ശബ്ദമായ ക്ലാസ്സിൽ
ഞങ്ങൾ ചുണ്ട് കടിച്ചു.
തലചൊറിഞ്ഞു.
നഖത്തുമ്പുകൾ
കടിച്ചെറിഞ്ഞു.
കണ്ണിറുക്കിയടച്ചു.

തോക്കെവിടെ?

വാക്കുകൾ ഉണ്ടകളായി
ഞങ്ങളുടെയുള്ളിലേക്ക്
ഉതിർത്തു,
മാഷ്:

നമ്മുടെയൊക്കെയും
ഉള്ളിൽ?
♦

സ്വാശ്രയം

ഊന്നുവടിയേതുമില്ലാതെ
നടക്കാൻ നീ പറഞ്ഞു.
ഊന്നുവടിയോടൊപ്പം
നീയുമില്ലാതായി.

ഞങ്ങളോ
സ്വാശ്രയരെന്ന്
സ്വദേശിയും വിദേശിയുമായ
പല ഊന്നുവടികളിലായി
നിവർന്നു നിൽക്കുകയാണെന്ന്
മുട്ടിലിഴയുന്നു.

ഊന്നുവടിയേതുമില്ലാതെ
ഒരിക്കലെങ്കിലും
നിവർന്നുനിൽക്കണം
ഞങ്ങളിൽത്തന്നെ.

ആലംബമില്ലാത്ത
ഒരാത്മബലത്തിൽ.

♦

അന്തിഗാന്ധി

അന്തിക്രിസ്തു
ഉണ്ടാകാമത്രെ.
വിശ്വാസം
ഇരുട്ടുമ്പോൾ.
വിമോചനം
തടവാകുമ്പോൾ.
ഉയിർപ്പു
ഒടുങ്ങുമ്പോൾ.
ചരിത്രം
കല്ലറയാകുമ്പോൾ.
സത്യം
പ്രളയമാകുമ്പോൾ
പറവകൾ
വിതയ്ക്കുമ്പോൾ
കുരിശുകൾ
മുൾമരമായി
പൂക്കുമ്പോൾ.

അന്തിഗാന്ധിയോ?
♦

ധൂർത്തൻ

നൂൽപ്പിൽ ധൂർത്തൻ
ഉടുപ്പിലോ ലുബ്ധൻ.

കർമത്തിലാബദ്ധൻ.
ധർമ്മത്തിലാവൃതൻ.

ഹിംസയിലാകുലൻ.
അഹിംസയിലാമഗ്നൻ.

ഇരിപ്പിൽ ബുദ്ധൻ.
മിടിപ്പിൽ രാമൻ.

വിശുദ്ധിയിൽ സൂര്യൻ.
വിളംബത്തിൽ ചന്ദ്രൻ.

കാലത്തിൽ നീതൻ.
കുലത്തിൽ ദാനവൻ.

നാമത്തിൽ മോഹൻ
ജന്മത്തിൽ മഹാത്മൻ.
♦

യാത്ര

അന്ന്
ഗാന്ധിജിക്ക്
പിന്നിലായി.

ദണ്ഡിയാത്ര.

ഇന്നോ
ഗാന്ധിജി
പിന്നിലായി.

ദണ്ഡനയാത്ര.
♦

ഗാന്ധിയെ വരയ്ക്കുമ്പോൾ

ഗാന്ധിയെ വരയ്ക്കുമ്പോൾ
ഗാന്ധിയല്ലെന്നേ തോന്നും.
വളഞ്ഞ മൂക്കിന്നറ്റം
ചിരിക്കുന്നെന്നേ തോന്നും.
ചിരിക്കുന്നേരം കൂർത്ത
താടിയായെന്നേ തോന്നും.
താടിയെ വരയ്ക്കുമ്പോൾ
തരിശുകഷണ്ടിതൻ
മേഘശൂന്യമാം ചക്ര
വാളമാണെന്നേ തോന്നും.
ചുണ്ടുകൾക്കുള്ളിൽച്ചിരി
മിന്നലാണെന്നേ തോന്നും.
ചിരിക്കുന്നേരം കള്ള
ക്കണ്ചിമ്മലെന്നേ തോന്നും.
കണ്ണടവൃത്തം സൂര്യ
ചന്ദ്രന്മാരെന്നേ തോന്നും.
കണ്ണടയ്ക്കുള്ളിൽക്കടൽ
ഒതുങ്ങുന്നെന്നേ തോന്നും.

ഗാന്ധിയെ വരയ്ക്കുമ്പോൾ
ബുദ്ധനാണെന്നേ തോന്നും.
ഇരിപ്പിൽ ധ്യാനത്തിലും
അലിവാണെന്നേ തോന്നും.
നടപ്പിൽ മൗനത്തിലു
മുറവാണെന്നേ തോന്നും.

ഗാന്ധിയെ വരയ്ക്കുമ്പോൾ
റാം റാമെന്നെന്തോ തോന്നും.

മരിച്ച മൗനം പൊള്ളും
നെടുവീർപ്പെന്നേ തോന്നും.
വരച്ച മെതിയടി
യ്ക്കുള്ളൊതുങ്ങാതെ തോന്നും.
മൂല്യമറ്റാരോ തന്നി
ലൊടുങ്ങുന്നതായ് തോന്നും.
ഉണ്ടപാഞ്ഞൊരു നെഞ്ചി
ലിന്ത്യയാണെന്നേ തോന്നും.

ഗാന്ധിയെ വരയ്ക്കുമ്പോൾ
ഗാന്ധിയേ വരയാതായ്!
♦

ഗാന്ധിഘട്ടിൽ

പുലരില്ലേയിനിയുമെന്ന്
രാജ്ഘട്ടിൻ ഏകാന്തതയുടെ
പടവുകളിറങ്ങി
നഗരമാകെ മൂടിയ
പുകമഞ്ഞിലൂടെ നടന്ന്
യമുനയുടെ
അമർത്തിപ്പിടിച്ച ഗദ്ഗദം പോലുള്ള
ഓളങ്ങളിൽ കാലുകൾ നനച്ചിരുന്നു
ഗാന്ധിജി.

ദൂരെ നക്ഷത്രങ്ങൾ
തെരുവുവിളക്കുകളെന്നു തോന്നി.

നിലവിളികളുമാക്രോശങ്ങളുമായി
വ്യാകുലമായൊരോർമ്മ
തന്നെപ്പൊതിയുന്നതായി ഞെട്ടിയുണർന്നു.
നനഞ്ഞ കാലുകൾ
ചോരക്കളത്തിലെന്ന് വെപ്രാളപ്പെട്ടു.
നിലച്ചുപോയ ശ്വാസത്തെ
ആയാസപ്പെട്ട് പിന്തുടർന്നു.
'ശാന്തി,ശാന്തി'എന്നുരുവിട്ടു
വീണുപോയ ഊന്നുവടിക്കായി
പരതിയ കാലുകളിൽത്തടഞ്ഞതത്രയും
മനുഷ്യജഡങ്ങളെന്ന് ആർത്തനായി.
എന്താണ് സ്വാതന്ത്ര്യമെന്ന്
നിർവീര്യനായി.
ബോധഹീനനായി.

പുലരിയെ വരവറിയിക്കുന്ന പക്ഷികൾ
തീരങ്ങളിൽ നിന്ന് മറുതീരങ്ങളിലേക്ക്
പറക്കുന്നുണ്ടായിരുന്നു.
ഏതോ ഒരു പക്ഷിയുടെ തൂവൽ
മുഖത്തുവീണുരുമ്മി
ഞെട്ടിയുണർന്നു.

കാവൽക്കാർ തേടും മുൻപേ
രാജ്ഘട്ടിലെത്താനായി
മുറുകി നടക്കുന്നതിനിടയിൽ
തന്റെ മുഖത്തേക്ക് കൊഴിഞ്ഞു വീണ
തൂവലുകൾ കണ്ണിനു നേരെ ഉയർത്തി
ഗാന്ധിജി.

കുയിലിന്റേതല്ല, പ്രാവിന്റേതും.
കാക്കയുടേതല്ല,പരുന്തിന്റേയും.
അതെ,കഴുകന്റെ
അത്ര മെരുക്കമില്ലാത്തൊരു
തൂവൽ.

ശവഗന്ധം.
♦

ശാന്തി

'ഗാന്ധിയാരാ അപ്പൂപ്പാ?'
ചുവരിലെ
അർദ്ധനഗ്നനായി കൈകൂപ്പി
ചിരിച്ചുനിൽക്കുന്ന
ചിത്രത്തിലേക്ക് വിരൽചൂണ്ടി
കൊച്ചുമകന്റെ ജിജ്ഞാസ.

'ശാന്തിയാണ് മകനെ,'
എന്നപ്പൂപ്പൻ.

രാവിലെ
കൊച്ചുമകനുമായി
ശ്രീകോവിലിനു മുമ്പിൽ
തൊഴുതു നിൽക്കുമ്പോൾ
പ്രസാദവുമായി നിൽക്കുന്നു
ശാന്തി.

'ഗാന്ധിയല്ലേ?'
കൊച്ചുമകൻ അയാളോട്
മന്ദഹസിക്കുന്നു.

'അല്ലല്ലോ,'
എന്നയാൾ
പ്രസാദം നൽകുന്നു.
'ശാന്തയാണ്.'
♦

ശമം

ചാച്ചാജിയെ ഓർക്കാൻ
നെഞ്ചിലെ സുഗന്ധം വീശും
ആ ഒരൊറ്റ ചെമ്പനീർ മതി.

ഗാന്ധിജിയെയോ
വെടിയുണ്ടകൾ പാഞ്ഞ
ചോരയൊലിക്കുന്ന
നെഞ്ചല്ല,
ഹേ റാമെന്ന അന്ത്യമന്ത്രണമല്ല,
അപ്പോഴും ചുണ്ടിലെ
ഒരിറ്റു നിലാത്തുള്ളിയിലെ
തൂവെള്ള പ്രാവുകൾ.
ശമം.
♦

രക്തസാക്ഷ്യം

പുരാവൃത്തമതു തന്നെ.
പുരോദൃശ്യമത് തന്നെ.
അജകോടിയതു തന്നെ.
നിജരൂപമത് തന്നെ.

ഊന്നുവടിയതു തന്നെ.
ഊരിതെങ്ങുമിരുൾ തന്നെ.
നേർക്കുനേരെ നുഴയുന്ന
തോക്കിനുണ്ടായത് തന്നെ.

തോക്കിലുണ്ട നിറച്ചവർ
നാക്കിൽ വിഷം നുരച്ചവർ
വാക്കെറിഞ്ഞു പെരുക്കുവോർ
നോക്കുകവരവരല്ലോ.

നിന്റെ നെഞ്ച് തുളഞ്ഞുണ്ട
പാഞ്ഞതെല്ലാം മറന്നതായ്
നിന്റെ ചോര വീണെരിഞ്ഞ
നേരിതെല്ലാം മാഞ്ഞിരുണ്ടു.

നിന്റെ നാമം നിൻ സ്വരൂപം
നിൻ പ്രതിജ്ഞ നിൻ പ്രതീക്ഷ
നിൻ പൊരുളും നിന്നരുളും
നീയൊഴിഞ്ഞ രംഗഭൂവും.

അവർക്കാരേ ദേശദ്രോഹി?
അവർക്കാരേ വൃദ്ധരൂപി?

ദേശമെന്നതവരുടെ
ദേശികന്റെ ദാസ്യമെന്നോ?
അരങ്ങെല്ലാമൊരുങ്ങുന്നോ,
ചടങ്ങെല്ലാം തുടങ്ങുന്നോ,
അവരോധമിനിയെന്നോ,
രാഷ്ട്രപിതാ,വങ്ങിതാരോ?
♦

ഗാന്ധിയാവുക

ഗാന്ധിയൊന്നേയാവൂ.
ഗാന്ധിയാകുവോരോ
അനേകായിരം.
ഗാന്ധിവിരുദ്ധരോ
ലക്ഷോപലക്ഷം.
ഗാന്ധിയെയറിയാത്തവരോ
അനേകമനേകം.

ഗാന്ധിയാരാവും?
ഗാന്ധിക്കുപോലും
ആവതില്ലാതാവും
ഇനിയുമൊരു
ഗാന്ധിയാവാൻ.

ഗാന്ധിയെ
അറിയാതെങ്ങനെ
ഗാന്ധിവിരുദ്ധരാവും?
ഗാന്ധി തന്നെയാവില്ലേ
ആദ്യത്തെ
ഗാന്ധിവിരുദ്ധൻ?

ഗാന്ധിയെയൊട്ടും
അറിയാത്തവരാണേറെ.
അറിയാമെന്നു നടിക്കുന്നവർ.
അതിനാൽ അവർക്കേയാവൂ
ഗാന്ധിയല്ലാതാവാൻ.
യഥാർത്ഥ ഗാന്ധിയാവാൻ.
♦

സന്ദേശം

ഗാന്ധിജയന്തിയായിരുന്നു.
കുട്ടികളോട് സംസാരിച്ചുകൊണ്ടിരുന്ന
പ്രധാനാധ്യാപകൻ ചോദിച്ചു:
എന്തായിരുന്നു
ഗാന്ധിജിയുടെ പ്രധാനസന്ദേശം?
കുട്ടികൾ പരസ്പരം നോക്കി.
ഒരുപെൺകുട്ടി പതുക്കെയെഴുന്നേറ്റു:
അഹിംസ.
മറ്റൊരാൾ ചാടിയെഴുന്നേറ്റു:
ഉപവാസം.
സ്വാതന്ത്ര്യം.
ക്വിറ്റിന്ത്യാ.
ഗ്രാമസ്വരാജ്.
രാമരാജ്യം.
ഓരോരോ ഉത്തരങ്ങൾ.
ഓരോരോ കുട്ടികൾ
പറഞ്ഞതാണ് ശരിയെന്ന്
പറയാത്തവരെ നോക്കി
ഉറച്ചിരുന്നു.
പിന്നിൽ നിന്നിരുന്ന
അധ്യാപകർ
പരസ്പരം നോക്കി
ഓരോ ഉത്തരങ്ങളും
ശരിയെന്ന്
തലകുലുക്കിക്കൊണ്ടിരുന്നു.
ഇതൊന്നുമല്ല,
അല്ലെങ്കിൽ ഇതെല്ലാമാണ്

ഇതിനുമപ്പുറമാണ്,
പ്രധാനാധ്യാപകൻ പറഞ്ഞു:
ജീവിതം.

തന്റെ ജീവിതമാണ്
തന്റെ സന്ദേശമെന്ന്
ഗാന്ധിജി തന്നെ പറഞ്ഞിട്ടുണ്ട്.

പിന്നിൽ നിന്നിരുന്ന
പ്രിയങ്ക ടീച്ചർ
ഒരു ചെറുചിരിയോടെ
മുന്നിലിരുന്ന നരേന്ദ്രൻമാഷെ തോണ്ടി
ചെവിയിൽ പറഞ്ഞു:
അതിന്
ഗാന്ധിജിക്കെന്ത് ജീവിതം?
♦

ആ ഫക്കീർ

അർദ്ധനഗ്നനായ ആ ഫക്കീർ.
വിശക്കുന്നുണ്ടായിരുന്നു.
അടുത്തുകണ്ട ഒരു തീൻശാലയിൽക്കയറി.

തിരക്കുണ്ടായിരുന്നില്ല.
എന്നിട്ടുമാരും തിരിച്ചറിഞ്ഞില്ല.

റോട്ടിയും ദാലും കഴിച്ചു.
കൗണ്ടറിൽ
കോന്തലക്കൽക്കെട്ടിയ
അഞ്ഞൂറിന്റെയൊറ്റ നോട്ട്
അഴിച്ചുകൊടുത്തു.

'ഇതെടുക്കില്ല,'
കൗണ്ടറിലിരുന്നയാൾ പറഞ്ഞു:
'പഴയഗാന്ധിക്കിപ്പോൾ
വിലയില്ല സാമീ.
പുതിയ ഗാന്ധി വേണം.'

പുതിയ ഗാന്ധിയോയെന്ന്
ആശ്ചര്യപ്പെട്ടു.
കൗണ്ടറിനു പിന്നിലെ
ചുവരിലേക്ക് നോക്കി.

അതാ,അവിടെ
ചർക്കക്ക് പിന്നിൽ
കഷ്ടപ്പെട്ടൊരാളിരിക്കുന്നു.
ഒറ്റമുണ്ടല്ല.
പാളത്താറല്ല.

തിളങ്ങുന്ന കുർത്തയാണ്.
തിളങ്ങും കഷണ്ടിയില്ല.
താടിയുണ്ട്.
വട്ടക്കണ്ണടയല്ല.

കൗണ്ടറിലിരുന്നയാൾ
ക്രുദ്ധനാകും മുമ്പ്
പഴയഗാന്ധിയെ
കൗണ്ടറിലുപേക്ഷിച്ചു
വേഗം വേഗം നടന്നു
വൃദ്ധൻ
രാജ്ഘട്ടിലേക്ക്.
♦

ഗാന്ധിതപം

അഹിംസയെന്നോർക്കെ
അഹംസ്മൃതിയായി
അരിയെ വെന്നെന്നും
നിറയില്ലേ ഗാന്ധി?

ഇരുട്ടുമ്പോഴെന്നും
വെളിച്ചമായുള്ളിൽ
തെളിഞ്ഞിടാനായി
ജ്വലിക്കില്ലേ ഗാന്ധി?

കറുത്തവരൊക്കെ
പുറത്തെന്നാട്ടുമ്പോൾ
ഹരിപുത്രന്മാരെ
ന്നണയ്ക്കില്ലേ ഗാന്ധി?

സഹനമെന്നതേ
സമരമെന്നൊരേ
വിമതമാം മാർഗം
തെളിക്കില്ലേ ഗാന്ധി?

ലയബദ്ധമെന്നും
ലളിതചര്യയാൽ
സ്വതന്ത്ര ദേശീയ
ശ്രുതിയല്ലേ ഗാന്ധി?

നിനയ്ക്കുമ്പോളുള്ളിൽ
നിലച്ചിടാതെന്നും
നിടിലത്തിൽ ശാന്തി
നിലീനനായ് ഗാന്ധി?

♦

ഭാവിവര

തോന്നിയപോലെ
വരച്ചിടാവുന്ന
ഒരു ഛായാചിത്രമോ
ഗാന്ധി?

ചിത്രത്തിലെ
ആ വട്ടക്കണ്ണടയ്ക്കുള്ളിൽ
ശാന്തമായ ആഴം മതിക്കുന്ന
രണ്ടു കണ്ണുകളുണ്ട്.
ആസേതുഹിമാചലം
ഇന്ത്യയെക്കണ്ട കണ്ണുകൾ.
സ്വാതന്ത്ര്യം സ്വപ്നംകണ്ട കണ്ണുകൾ.
ഇന്ത്യക്കാരനെ ഇന്ത്യനെന്നു
സ്വാതന്ത്ര്യത്തിലേക്കുയർത്തിയ
കണ്ണുകൾ.
നാം വരക്കാതെപോയ
കണ്ണുകളെങ്കിലും
വരച്ച കണ്ണടയ്ക്കു പുറത്തു
പുഞ്ചിരിക്കുന്നുണ്ടത്.

ചിത്രത്തിലെ
ആ വലിയ ചെവിയുണ്ടല്ലോ
അതിനുള്ളിൽ കോഴിയുടെ
വിശാല മനസ്സുണ്ട്.
കർഷകനുഴുത ഭൂമിയുടെ
ഞരക്കത്തോളം സൂക്ഷ്മമായ
ഒച്ചകളെ തിരിച്ചറിഞ്ഞത്.
നൂൽപ്പുകാരന്റെ വളഞ്ഞുതുടങ്ങും
നട്ടെല്ലിന്നരമുരഞ്ഞത്.

ഹിമാലയത്തോളം
കടലിനെ മെരുക്കിയത്.
മൗനത്തെ
പ്രാർത്ഥനയാക്കിയത്.
വരച്ച ചെവിയെങ്കിലും
നാമറിയാതെയെല്ലാം കേൾക്കും
ഉൾക്കാതുകളാണത്.

വരഞ്ഞ കണ്ണടയിലും
ചെവിയിലും
തെളിയും ഗാന്ധിയെങ്കിലും
ഇനിയും വരഞ്ഞിട്ടില്ലാത്ത
അവശേഷിപ്പുകളിലാവും
തികച്ചും തെളിയേണ്ട ഗാന്ധി.
ഭാവി വരയ്ക്കും
ഗാന്ധി.
♦

ഗാന്ധിവേഷം

ഗാന്ധിജയന്തി ദിനത്തിൽ
നഗരത്തിലെ മഹാത്മാ വായനശാല
ഒരു മെഗാ ഗാന്ധിജാഥ
നടത്താൻ തീരുമാനിച്ചതാണ്.
സ്റ്റേഡിയത്തിലെത്തണമെന്നാണറിയിപ്പ്.
ഗാന്ധി വേഷത്തിൽ.

പതിനായിരം ഗാന്ധിമാർ.
ലോകറിക്കാർഡാവണം.

വലുതും ചെറുതുമായി
ഗാന്ധിവേഷധാരികൾ
നിരന്നു തുടങ്ങി.

വേഷം ധരിച്ചെത്തിയവർ.
വേഷം അഴിച്ചെത്തിയവർ.
കഷണ്ടിയുള്ളവർ.
കഷണ്ടിയുണ്ടാക്കിയവർ.
കണ്ണടയണിഞ്ഞവർ.
കണ്ണായുറച്ചവർ.
തടിച്ചവർ.
മെലിഞ്ഞവർ.

യാഥാർത്ഥമെന്നു
വിധിക്കപ്പെടുന്ന ഗാന്ധിക്ക്
സമ്മാനമുണ്ട്.

ആരായിരിക്കും
ആരായിരിക്കുമെന്ന്

തേടുന്നതിനിടയിലാണ്
തീരെ അവശനായ ഒരു ഗാന്ധി
അവർക്കിടയിൽ നിന്ന്
പതുക്കെ നടന്നു പോകുന്നത്.
കെട്ടുകാഴ്ചകൾക്കിടയിൽ നിന്ന്
രക്ഷപ്പെടാനെന്നോണം
മെലിഞ്ഞു നീണ്ട കാലുകളിൽ
അയാൾ വേഗം കൂട്ടി.

വെറും വേഷം മാത്രമാകുന്ന
ഗാന്ധിയോ?
♦

ഫൈറ്റർ

ദക്ഷിണാഫ്രിക്കയിൽ നിന്നും
ഇന്ത്യയിലേക്ക് വന്ന കാലത്തെ
ഗാന്ധിജിയെ
ഞാനെന്റെ കൊച്ചുമകന്
പരിചയപ്പെടുത്തി.
ഷർട്ടും കോട്ടും കാൽസരായിയും
തലേക്കെട്ടുമായി
ഗാന്ധിജി.

പിന്നീട് ചരിത്രപുരുഷൻ
ബ്രിട്ടീഷുകാരോട്
നഖശിഖാന്തം പൊരുതി.
ഇന്ത്യയ്ക്ക് സ്വാതന്ത്ര്യം
നേടിത്തന്നു.
അപ്പോഴേക്കും
ആഡംബരങ്ങളൊക്കെയും
ഉപേക്ഷിച്ചു ഗാന്ധിജി
അർദ്ധനഗ്നനായി.
മഹാത്മജിയായി.

കഷ്ടം, അപ്പൂപ്പന്
ഒന്നുമറിയില്ലെന്ന്
അവനെന്നെ കളിയാക്കി.
ഷാരൂഖാനും സൽമാൻഖാനും
ടൈഗറും അല്ലുവും
സൂര്യയുമൊക്കെ
ഫൈറ്റ് സീനിലെങ്ങനെയാണ്?
അപ്പോഴവരൊക്കെയും
മേലുടുപ്പഴിച്ചു

ദൂരേക്ക് വലിച്ചെറിയും.
അർദ്ധനഗ്നരാവും.
അവരവരുടെ മസിലുകൾ
പല പോസിൽ കാട്ടും.
സിക്സ് പാക് ബോഡി.
കാണികൾക്ക് ഹരമേറും.
കൊട്ടക ആർത്തലറും.

എന്നാലോ ഗ്രാൻപാ,
ഗാന്ധിജിയുടെ ബോഡി
അത്ര പോരാ.
മസിൽ തീരെയില്ല.
♦

അഴിഞ്ഞവ

ഗാന്ധിയെപ്പോഴും
ഗാന്ധിയായി നടന്നു.
അർദ്ധനഗ്നൻ.
ദൃഢവ്രതൻ.
അഹിംസാത്മൻ.
പരിത്യാഗി.

വിശേഷങ്ങളും
വിശേഷണങ്ങളുമായി
ഗാന്ധിശിഷ്യരും.
ഗാന്ധിയണിഞ്ഞിട്ടില്ലാത്ത
തൊപ്പിയണിഞ്ഞു.
കുർത്തയണിഞ്ഞു.
അഹിംസയെ നൂലറ്റ
ഹിംസയാക്കി.
ത്യാഗം തന്നിലേക്കാക്കി.
ചാഞ്ചല്യം വ്രതമാക്കി.

ഗാന്ധിയിലഴിഞ്ഞതെല്ലാം
ശിഷ്യരിൽ പുതഞ്ഞു.
ഗാന്ധിയിലൊഴിഞ്ഞതെല്ലാം
ശിഷ്യരിൽ നിറഞ്ഞു.

ഒരു വെടിയുണ്ടയുമേൽക്കാത്തവിധം
അവർ ഹൃദയത്തെ കാരിരുമ്പാക്കി.

♦

മായ്ച്ചുകളയാനാവാത്തത്

മലം ചുമക്കുന്നവനോട്
തന്റെ മലം തൻ ചുമന്നോളാമെന്ന്
വണ്ടി വലിക്കുന്നവനോട്
താൻ തന്നെ വലിച്ചോളാമെന്ന്
നൂൽപ്പുകാരനോട്
താൻ നൂറ്റോളാമെന്ന്
കർഷകനോട്
താനും കർഷകനെന്ന്
തന്റെ ഗോതമ്പുമണി
തന്റെ വിയർപ്പെന്ന്
തന്റെ ഉപ്പ്
താൻ കുറുക്കിയതെന്ന്
തന്നോളമേ
താനെന്ന്
സ്വയം സ്വതന്ത്രനാവാതെ
സ്വാതന്ത്ര്യമില്ലെന്ന്
ഒരേയൊരാൾ
ഇനിവരാത്തൊരാൾ.

അയാൾക്കായുള്ള
കാത്തിരിപ്പിലാണ്
ചരിത്രത്തിൽ നിന്ന്
അയാളെ മായ്ക്കേണ്ടത്
ദേശത്തിൽ നിന്ന്
വിദേശിയാക്കേണ്ടത്
ഓർമ്മകളിൽ
മറവിയാകേണ്ടത്.

അങ്ങനെയാണ്
ചരിത്രം
അതിന്റെ സൂചിത നിർദ്ദേശങ്ങളിൽ നിന്ന്
ഒരിക്കലും മായ്ച്ചുകളയാനാവാത്തത്.
♦

അഭിനവഗാന്ധി

ഗാന്ധിയാകണമെന്ന്
അയാളൊരിക്കലുമാഗ്രഹിച്ചില്ല.
എങ്കിലുമയാൾ ഗാന്ധിയനായി.
ഉറപ്പുള്ളതെന്ന് കമ്പോളത്തിൽ
തന്റെ മൂലധനം നിക്ഷേപിച്ചു.
അഹിംസയെന്നും
ഈശ്വര അള്ളാ നിന്റെ നാമമെന്നും
ലളിതയുക്തികളിൽ നിവർന്നു.
വീട്ടിൽ ഹിറ്റ്ലറായി
തന്റെ സ്വത്വം വെളിപ്പെടുത്തി.
ഖാദിയഴിച്ചുവെച്ച്
കസവിൽപ്പുതച്ചു.
പുറത്തയാൾ സ്വാശ്രയത്വമെന്തെന്ന്
ലോകത്തോട് വെളിപ്പെടുത്തി.
അകത്തയാൾ അധീശത്വമെന്തെന്ന്
അനുയായികളോടാജ്ഞാപിച്ചു.
പുറത്തു ഗീതാശ്ലോകങ്ങളിൽ
വ്യാഖ്യാനങ്ങളുടെ കർമ്മപഥം തുറന്നു.
അകത്തയാൾ അടഞ്ഞ കതകുകളിൽ
വ്യാഖ്യാനങ്ങളില്ലാത്ത ശ്ലോകത്തിലായി.

ഗാന്ധിയാകണമെന്നാഗ്രഹിച്ചവരോ
അങ്ങനെ ഗാന്ധിയിലെത്താതെ
ചർക്കയിലും രാംധുനിലും
അവശിഷ്ടരായി.
പ്രാർത്ഥനയ്ക്കിടയിലെപ്പോഴും
ഒരു വെടിയുണ്ടയുടെ
നെഞ്ചുതുളയ്ക്കും വിസ്മൃതിയായി.

♦

ഗാന്ധിപ്പൊട്ടൻ

കുട്ടിക്കാലത്തു മാവിൻചോട്ടിൽ
ശരീരത്തിലള്ളിപ്പിടിച്ചിരുന്ന
ചോണനുറുമ്പുകളെ
വേദന സഹിച്ചു നോവിക്കാതെ
പറിച്ചെടുത്തെറിയുമ്പോൾ
ചേച്ചി പറയുമായിരുന്നു:
കഷ്ടം,ഗാന്ധിപ്പൊട്ടൻ!

സ്കൂളിലേക്കുള്ള വഴിയിൽ
കടിക്കാനോടിവന്ന നായക്ക് നേരെ
ചോറ്റുപാത്രം നീട്ടിയപ്പോൾ
കൂട്ടുകാരി പറഞ്ഞു:
അയ്യടാ,ഗാന്ധിപ്പൊട്ടൻ!

തെയ്യക്കാവിലെ അടിക്കിടെ
സമാധാനത്തിനായി ഇടനിന്നപ്പോൾ
മാംസത്തിൽ കുത്തിനിർത്തിയ
കത്തിയുമായി ആംബുലൻസിലോടുമ്പോൾ
പുറത്താളുകളാരൊക്കെയോ
മൂക്കത്തു വിരൽവെച്ചു,
പാവം, ഗാന്ധിപ്പൊട്ടൻ!

വായനശാലക്കെട്ടിടപ്പിരിവ് മുഴുവനും
തട്ടിച്ചെടുത്തു പ്രസിഡണ്ട് കൈമലർത്തിയപ്പോൾ
എല്ലാമേറ്റെടുക്കേണ്ടി വന്ന
കാര്യദർശിയായപ്പോൾ
നാട്ടുകാരത്രയും കൈവെടിഞ്ഞു,
അവനോ ഗാന്ധിപ്പൊട്ടൻ!

ബാങ്കിൽനിന്ന് കടമെടുത്തു
സ്വയംതൊഴിൽ സേവനം തുടങ്ങി
പൊട്ടിപ്പൊളിഞ്ഞു നാടുവിടേണ്ടി വന്നു.
ഗതിയും പരഗതിയുമില്ലാതായപ്പോഴും
നിങ്ങൾ പറഞ്ഞു,
ഗാന്ധിപ്പൊട്ടനായിപ്പോയില്ലേ?

പൊട്ടനാരെന്നറിയാം.
പക്ഷെ, ഈ ഗാന്ധിയെങ്ങനെയാണ്
പൊട്ടനുമായിച്ചേരുക?
അങ്ങനെയെങ്കിൽ
മല്യയും മോദിയുമൊക്കെയാകുമോ
യഥാർത്ഥ പൊട്ടൻ?
♦

ഉണ്ട പാഞ്ഞൊരു നെഞ്ച്

തോക്കിൽ നിന്നുണ്ട
പാഞ്ഞുപോയപോലല്ല,നിന്റെ
വാക്കിൽ നിന്നൊരു മിന്നൽ
എന്നിലേയലിഞ്ഞത്.

തറഞ്ഞില്ലവ,യെന്നാൽ
തഴുകിയെന്റേതായി.

കൊല്ലരുതാരെയുമെ,ന്നല്ലല്ല
യുള്ളിൽപ്പേറും
ദരിദ്രവാസനകളെക്കൊല്ലണ
മതല്ലയോ,അഹിംസാത്മകാ,
നിൻ നേരെന്നതെപ്പോഴാ
ണറിഞ്ഞീടുക ലോകം?
♦

ഗാന്ധിജയന്തി

കുട്ടികളെല്ലാവരും
നല്ല ഉത്സാഹത്തിലാണ്, മാഷേ!

ഹാളിൽ സ്റ്റേജിനു മുന്നിലായി
ഒരുക്കിയ പീഠത്തിൽ
ചുവരിൽ നിന്നെടുത്തു
മാറാല നീക്കിത്തുടച്ചു
പുതിയ മൂവർണക്കടലാസ്സുമാലയിട്ട
മഹാത്മജിയോട്
ഞാൻ പറഞ്ഞു.

ചിലർ അങ്ങയെക്കുറിച്ചുള്ള
കവിതകളാലപിക്കുന്നു.
ചിലർ അങ്ങയുടെ
ചിത്രം വരയ്ക്കുന്നു.
സ്കൂൾ വഴിയിലെ
കാടും പടലും മാറ്റുന്നു.
മാറാല തൂക്കുന്നു.

എന്തൊരൂർജ്ജമാണെല്ലാവർക്കും.
എല്ലാ ദിവസവും
ഒക്ടോബർ രണ്ടായെങ്കിലെന്ന്
കൊതിച്ചു പോകും.

ഇന്നൊരു ദിവസം
കുറച്ചു നേരത്തേക്കെങ്കിലും
അങ്ങ് വെടിയേൽക്കാതിരുന്നെങ്കിലെന്ന്
ആരെങ്കിലും പ്രാർത്ഥിച്ചിരിക്കുമോ?
അങ്ങ് ജനിച്ചിട്ടേയില്ലായിരുന്നെങ്കിലെന്ന്

ആരെങ്കിലും കാത്തിരുന്നിരിക്കുമോ?
ഗാന്ധിയാവാനായി ലോകത്തിനിയും
അനേകർ പിറക്കുമായിരിക്കും.
എന്നാൽ, മഹാത്മാവേ
അങ്ങൊരിക്കലേ ജനിച്ചുള്ളൂവെന്ന്
ലോകമെന്നിനി തിരിച്ചറിയും?
♦

കാലശേഷം

നീയവസാനിച്ചപ്പോൾ
വെളിച്ചം കെട്ടുവെന്ന്
ഞങ്ങൾ കരഞ്ഞു.

നീ സൂര്യനായിരുന്നില്ല.
എങ്കിലുമൊരു യുഗം
നിന്റെ വെളിച്ചത്തെയറിഞ്ഞു.

നീ ഇരുട്ടായിരുന്നില്ല.
നീയസ്തമിച്ചപ്പോൾ
ലോകം സൂര്യനെയറിഞ്ഞു.

നീ വെളിച്ചമായിരുന്നില്ല.
നിന്റെ നെഞ്ചിലെച്ചോര
വെളിച്ചത്തിലേക്ക് ഞങ്ങളെ
സ്നാനപ്പെടുത്തി.

നീയൊരിക്കലുമൊരധികാരിയായില്ല.
ഞങ്ങളെന്നാൽ നിന്നെ
രാഷ്ട്രപിതാവാക്കി.

നീയൊരു ദേശത്തിന്റേയും
ഭക്തനായിരുന്നില്ല.
നിന്നെയാരാണ്ഭ്രഷ്ടനാക്കിയത്?

നീ മറവിയായിരുന്നില്ല.
നിന്റെയോർമകൾ
ആരാണ് മറവിയാക്കുന്നത്?

നിന്റെ ജീവിതം
നിന്റേതായിരുന്നില്ല,
നീയുണ്ടായിരുന്നില്ല,
കല്പിതമായ ഒരു സന്ദേശമായിരുന്നു
നീയെന്ന് തമസ്കരിക്കപ്പെടുമോ
മഹാത്മാവേ നാളെ?

നീയുണ്ടാവണം
കാലശേഷമല്ല
കാലാന്തരം.
♦

ഗാന്ധിജിയെവിടെ?

പയ്യന്നൂരേക്കുള്ള വണ്ടിയിലിരിക്കുമ്പോൾ
ഗാന്ധിജിയെക്കണ്ടു.
ഉപ്പു കുറുക്കാൻ പോവുകയാണെന്നു തോന്നി.
വണ്ടിയിൽ നിന്നിറങ്ങി
ഗാന്ധിജിയെക്കണ്ട സ്ഥലം ലക്ഷ്യമാക്കി നടന്നു.
ചമ്പാരനിലെത്തപ്പെട്ടു.
നീലംകൃഷിക്കാരുടെ സമരം
ഒത്തുതീർപ്പായിരുന്നു.
അല്ലെങ്കിലവിടെയിപ്പോൾ
നീലംകൃഷിയേയില്ല.
എന്നാൽ ദണ്ഡിയിൽ കാണുമെന്നാരോ പറഞ്ഞു.
പുറപ്പെട്ടു ദണ്ഡിയിലേക്ക്.
സബർമതിയിലെത്തിപ്പെട്ടു.
ആശ്രമമുണ്ട്.
ആശ്രയമില്ലാതെ അവിടെ നിന്നും പോന്നു.
ബിർലാമന്ദിറിലപ്പോൾ
പ്രാർത്ഥനയുടെ സമയമായിരുന്നു.
ഗാന്ധിജിയെ അപ്പോഴേക്കും
രാജ്ഘട്ടിലേക്കെടുത്തിരുന്നു.
ചന്ദനമുട്ടികൾ അണഞ്ഞു തീരാറായിരുന്നു.
അർദ്ധനഗ്നരായ കർഷകരത്രയും
തുളയേറ്റ നെഞ്ചുമായി അവിടെയുണ്ട്.
അപ്പം വേവിക്കുന്ന അടുപ്പായിരുന്നു മുന്നിൽ.
സമരത്തിന്റെ രുചിഭേദങ്ങളെ
ജീവന്റെ ഗതിവേഗങ്ങളെ
അതിജീവനസാരാംശങ്ങളെ
അവർ സാക്ഷ്യപ്പെടുത്തി.
ഹേ റാം ഹേ റാമെന്നാരോ
തട്ടി വിളിക്കുന്നു.

പയ്യന്നൂരെത്തിയിരുന്നു.
ഗാന്ധിജി വന്ന് പ്രസംഗിച്ചു പോയ
മൈതാനമെവിടെയെന്നു തേടി.
പ്രതിമയുണ്ട്.
പയ്യന്നൂരുമുണ്ട്.
സ്വാതന്ത്ര്യത്തിന്റെ കാറ്റു വീശിയ
ദേശമുണ്ട്.
എല്ലാമുണ്ടെന്ന് ബോധ്യപ്പെടുത്തുമൊരു
ഭരണകൂടമുണ്ട്.
എല്ലാമുണ്ട്.
എന്നാൽ പറയൂ,
ഗാന്ധിജിയെവിടെ?
ഒരു നെടുവീർപ്പ് അപ്പോഴൊക്കെയും
ഉള്ള് തുളയ്ക്കും.
വെടിത്തുള പോലെ
ഓർക്കാതിരിക്കെ അതെന്റെ നെഞ്ചിൽ
തുളഞ്ഞു പോയിരുന്നു.
♦

പ്രതിമ

എല്ലാ മുനിസിപ്പൽ കവലകളിലും
കാണും ഒരു ഗാന്ധിപ്രതിമ.
ആരും ആദരിച്ചില്ലെങ്കിലും
കാക്കകൾ ആദരിക്കും.
അവർക്കത്രയേ ആവൂ!
♦

ഹിന്ദി

ഹിന്ദിയും
നൂല്നൂല്പ്പുമായിരുന്നു
സ്വാതന്ത്ര്യസമരകാല
ഗാന്ധിസം.
ഹിന്ദിയും
നുണനൂൽപ്പുമായി
സ്വതന്ത്ര്യാനന്തരകാല
ഫാസിസം.
♦

പനിനീർപ്പൂവ്

ചാച്ചാജിയെന്നും
ഹൃദയത്തിനു മുകളിലായി
തന്റെ ഉടുപ്പിലൊരു
ചെമ്പനീർപ്പൂ ചൂടി.

മേലുടുപ്പണിയാത്ത
ഗാന്ധിജി
അങ്ങനെയൊരു കാര്യം
ഓർത്തതേയില്ല.

എന്നാൽ ഗോഡ്സെ
പ്രാർത്ഥനയിൽ തൊഴുതുനിവരും
ഗാന്ധിജിയുടെ നെഞ്ചിൽ
ഉണ്ട പായിച്ച്
പനിനീരിതളുകൾ
ചുറ്റും ചിതറിച്ചു
കൃതാർത്ഥനായി.

♦

എന്നിട്ടാണ്

ഞങ്ങൾക്ക് ഗാന്ധിജിയെ
ഒറ്റവരയിലൊതുക്കാനാവും,
കാർട്ടൂണിസ്റ്റായ സുഹൃത്ത് പറഞ്ഞു.
ഞങ്ങൾക്ക് ഗാന്ധിജിയെ
ഒറ്റവരിയിൽ വിടർത്താനാവും,
കവിസുഹൃത്ത് ചിരിച്ചു.
എന്തിനാണ് വരയും വരിയും?
ഒതുക്കലും വിടർത്തലും?
ഒറ്റവെടിയിൽ ഒടുക്കാനാവുന്നുണ്ട്
ചിലർക്കീ ലോകത്തെ,
ഗാന്ധിജിയേയും.
എന്നിട്ടാണ്.

♦

ഗാന്ധിയല്ല

നിങ്ങൾ ഗാന്ധിയനായെന്ന്
പ്രഖ്യാപിച്ചതിനു പിന്നാലേയാണ്
നാട്ടിലെ കൈയൂക്കുള്ളവരൊക്കെയും
നിങ്ങളുടെ അനുയായികളായത്.
അവരൊരു ചെകിട്ടത്തടിക്കുമ്പോൾ
മറ്റേ ചെകിടും കാട്ടിക്കൊടുക്കേണ്ടത്
ഞങ്ങളുടെ ബാദ്ധ്യതയായത്.
അങ്ങനെയാണ്
ഞങ്ങളുടെ മേലുടുപ്പുകൾ മുഴുവൻ
അവരൂരിയെറിഞ്ഞ്
ഞങ്ങളെയും ഗാന്ധിയരാക്കിയത്.
ഉപവാസമെന്ന് ഞങ്ങളെ
അരപ്പട്ടിണിക്കാരാക്കിയത്.
ഞങ്ങളുടെ ഉപ്പു കുറുക്കിയത്.
ചർക്കയിലെന്നോണം
ഞങ്ങളെ നൂലാക്കിയത്.
ഒന്നേയിനി പറയാനുള്ളൂ,
ക്വിറ്റിന്ത്യായെന്ന്
നിങ്ങളുടെ സവർണദേശീയതയെ
ഞങ്ങൾ തള്ളിപ്പറയുന്ന നാൾ വരും.
അന്ന് നിങ്ങളുടെ തോക്കുകളിൽ
ഉണ്ട തികയാതെ വരും.
അപ്പോഴെത്ര മാപ്പെഴുതിയാലും
രക്ഷപ്പെടുകയില്ല.
സ്വാതന്ത്ര്യമെന്നത്
ഒരു വലിയ രാജ്യമാണ്.

♦

ശതാബ്ദിയിലും

ഗോഡ്സെയെ
അടയാളപ്പെടുത്താൻ
ഗാന്ധിജിയെന്നൊരൊറ്റ
വാക്ക് മതിയാവും.
ഗാന്ധിയെ അടയാളപ്പെടുത്താൻ
ഗോഡ്സെയ്ക്കാവുമോ?

ഗാന്ധിജിയെ
അല്ലെങ്കിൽ
എന്തിനടയാളപ്പെടുത്തണം?
ഇന്ത്യ മുഴുവൻ പതിഞ്ഞ
കാല്പാടണത്.
നൂറ്റ നൂലായി
പിരിഞ്ഞുകയറിയ ചരിത്രം.
വോട്ടുപെട്ടിയിലൊതുക്കാനാവാത്ത
ജനകീയത.
ഹിംസയുടെ വിപരീതം.
രാമനോളം
വീര്യവാൻ.
റഹീമിനോളം
ഗുണവാൻ.
ക്രിസ്തുവിനോളം
ദയാവാൻ.
അടയാളപ്പെടാത്ത
ഓർമ്മ.
അതിരില്ലാത്ത
കരുണ.
ആർക്കടയാളപ്പെടുത്താനാവും
ദേശാതിരുകളഴിഞ്ഞ
ധർമ്മപഥത്തെ?

♦

വൃദ്ധസദനം

മുത്തച്ഛൻ സമയത്തിന്
മരുന്നോ ഭക്ഷണമോ
കഴിക്കാൻ വിസമ്മതിച്ചാൽ
വൃദ്ധസദനത്തിൽ കൊണ്ടിടുമെന്ന്
അമ്മ ഭീഷണിപ്പെടുത്തും
മുത്തച്ഛനെ.
അതെവിടാ മുത്തച്ഛാ,
എന്ന് ചോദിച്ചതിന്
ആരോരും സഹായത്തിനില്ലാത്ത
മുത്തച്ഛന്മാരൊന്നിച്ച്
താമസിക്കുന്ന സ്ഥലമാണെന്ന്
മുത്തച്ഛൻ.
എന്നാപ്പിന്നെ
കവലയിൽ വടിയും പിടിച്ച്
കൂന്നു നിൽക്കുന്ന
ആരോരുമില്ലാത്ത
ആ ഗാന്ധിമുത്തച്ഛനെ
അവിടെ കൊണ്ടുപോയാക്കിയാലോ?

♦

ഗാന്ധിസം

മരണാനന്തരം
ഗാന്ധിജി ഗോഡ്സെയെ കണ്ടുമുട്ടി.

വെടിത്തുള വീണ
ഇടത്തേ നെഞ്ചിൽ കൈയമർത്തി
തന്റെ വലത്തെ നെഞ്ച്
തെല്ല് മുന്നോട്ട് തള്ളിച്ച്
ഗാന്ധിജി പറഞ്ഞു,
വെച്ചോളൂ ഇവിടേയും.

ഗോഡ്സെയല്ല
ശിഷ്യന്മാർ തുരുതുരെ
ഉതിർക്കുന്നു വെടി
മുൻപിൻ നോക്കാതെ.

തോക്കു കൊണ്ട് തോറ്റ്
വാക്കു കൊണ്ടും.
♦

ചരിത്രമായവർ

വായിക്കുന്നവന്
ചരിത്രം
ചില പഴകിയ
ഏടുകളാവാം.
എഴുതുന്നവന്
ചരിത്രം
ശിലയിലോ ചിന്തയിലോ
കൊത്തിയ ചില
ചിത്രലിപികളാവാം.
ചില ഫോസിലുകളിൽ
അവശിഷ്ടങ്ങളിൽ
വായിച്ചും അറിഞ്ഞും
കഥകളായി പൂരിപ്പിച്ചതാവാം
ഗവേഷകൻ.
എന്നാൽ
ജീവിതം കൊണ്ട്
ചരിത്രത്തെ പൂരിപ്പിച്ച
ചില ചേരായ്മകളുണ്ട്.
ജീവിതം തന്നെ സന്ദേശമായവർ
ചരിത്രത്തെ ചരിത്രമാക്കിയവർ.
വായനയിലോ നിർമ്മിതിയിലോ
ഗവേഷണത്തിലോ
പിടി കിട്ടാത്തവർ.
എന്നും ചരിത്രമായി
പൊലിഞ്ഞവർ.
ഭൂതവും വർത്തമാനവും
ഭാവിയാകാത്തവർ.
ഭാരമില്ലാത്തവർ.
♦

ഉപ്പ്

ഗാന്ധിജി
ഉപ്പ് കുറുക്കി
നിയമം ലംഘിച്ചു.
ഗാന്ധിജി
വെടിയേറ്റു വീണു.
രക്തസാക്ഷിയായി.
ഓരോരുത്തരും
അവരവരുടെ ദേശത്തിൽ
ഉപ്പ് തേച്ചു.
മുറിവിനിയും
ഉണങ്ങിയിട്ടില്ല.
ഇപ്പോൾ
നിയമലംഘനമാരറിയുന്നു?
ഉപ്പില്ലാതെ?
♦

ലളിതം

ലളിതമാകുമ്പോൾ ഒന്നും
വിചാരിച്ചത്ര ലളിതമല്ല.
ലളിതമായി ജീവിക്കണമെന്ന് കൊതിക്കും.
എന്നാൽ എത്ര സങ്കീർണമായിരുന്നു
ഗാന്ധിജിയുടെ മരണം പോലും.
♦

www.ingramcontent.com/pod-product-compliance
Lightning Source LLC
LaVergne TN
LVHW040829051026
849519LV00007BA/2792
* 9 7 8 9 3 9 3 3 9 7 2 7 0 *